TUYỂN TẬP
NHẠC XUÂN
CHỌN LỌC

Lê Hân
Sưu tập

TUYỂN TẬP NHẠC XUÂN CHỌN LỌC

Nhân Ảnh
2020

**TUYỂN TẬP
NHẠC XUÂN
CHỌN LỌC**
Biên soạn: **Lê Hân**
Bìa: **Khánh Trường**
Trình Bày: **Lê Hân**
Nhân Ảnh Xuất Bản **2020**
ISBN: **978-1989705728**

GHI CHÚ

Vì không có điều kiện liên lạc trực tiếp với các nhạc sĩ hay gia đình các nhạc sĩ có trong danh sách tuyển tập này. Kính mong quí vị vui lòng liên lạc với tôi (han.le3359@gmail.com) để tôi thực hiện nghĩa vụ của mình đối với các nhạc sĩ hay gia đình các nhạc sĩ.

Đây chỉ là một sưu tập có tính cách văn nghệ dành cho các bạn yêu nhạc, và cũng có thể truyền lại cho con cháu trong các đời sau, hoàn toàn không nhắm vào việc kinh doanh.

Trân trọng cám ơn .

Lê Hân

MỤC LỤC

Ai lên xứ hoa đào *(Hoàng Nguyên)*	14
Anh cho em mùa Xuân *(Nguyễn Hiền – Kim Tuấn)*	16
Bài tango mùa Xuân *(Nguyễn Bách)*	18
Bản đàn Xuân *(Lê Thương)*	20
Bến đàn Xuân *(Ngọc Bích)*	21
Bến Xuân *(Văn Cao)*	22
Bến Xuân xanh *(Dương Thiệu Tước)*	24
Cánh nhạn đầu Xuân *(Mai Châu – Hoàng Oanh)*	26
Cánh thiệp đầu Xuân *(Lê Dinh – Minh Kỳ)*	28
Câu ca Xuân *(Lê Quốc Thắng)*	29
Câu chuyện đầu năm *(Hoài An)*	30
Chiều Xuân *(Ngọc Châu)*	32
Chúc Xuân *(Thanh Sơn)*	34
Dịu dàng hương Xuân *(Lê Quốc Thắng)*	36
Đám cưới đầu Xuân *(Trần Thiện Thanh)*	38
Đầu Xuân lính chúc *(Tân An – Hoài Linh)*	40
Đêm Xuân *(Phạm Duy)*	42
Đếm từng mùa Xuân *(Lê Quốc Thắng)*	44
Điệp khúc mùa Xuân *(Quốc Dũng)*	46
Đoản ca Xuân *(Thanh Sơn)*	48
Đón Xuân *(Phạm Đình Chương)*	50
Đón Xuân này nhớ Xuân xưa *(Châu Kỳ)*	52

Đồi vắng chiều Xuân *(Trần Thiện Thanh)*	54
Em còn nhớ mùa Xuân *(Ngô Thụy Miên)*	56
Em đã thấy mùa Xuân chưa *(Quốc Dũng)*	58
Em đến thăm anh đêm 30 *(Vũ Thành An)*	60
Gác nhỏ đêm Xuân *(Minh Bằng – Lê Dinh)*	62
Gái Xuân *(Từ Vũ)*	64
Giáng Xuân *(Dương Thiệu Tước)*	66
Gió mùa Xuân tới *(Hoàng Trọng)*	68
Gọi Xuân *(Trần Quốc Dũng)*	70
Góp lá mùa Xuân *(Trịnh Công Sơn)*	72
Hạnh phúc đầu Xuân *(Minh Kỳ - Lê Dinh)*	74
Hạt mưa mùa Xuân *(Trương Ngọc Ninh)*	76
Hoa cỏ mùa Xuân *(Bảo Chấn)*	78
Hoa Xuân *(Phạm Duy)*	80
Hoa Xuân ca *(Trịnh Công Sơn)*	82
Hoa Xuân đất Việt *(Nguyễn Văn Thương)*	84
Khúc hát thanh xuân *(lời Việt: Phạm Duy)*	86
Khúc nhạc ngày Xuân *(Nhật Bằng)*	88
Lát thư ngày Tết *(Trần Long Ẩn)*	90
Lắng nghe mùa Xuân về *(Dương Thụ)*	92
Lên đồi chiều Xuân xưa *(Nguyễn Văn Hiên)*	94
Lời tỏ tình mùa Xuân *(Thanh Tùng)*	96
Ly rượu mừng *(Phạm Đình Chương)*	98
Mơ Xuân thanh bình *(Ngọc Bích)*	102

Mộng chiều Xuân *(Ngọc Bích)*	104
Mùa hoa anh đào *(Thanh Sơn)*	106
Mùa Xuân của mẹ *(Trịnh Lâm Ngân)*	108
Mùa Xuân cưới em *(Mặc Thế Nhân)*	110
Mùa Xuân đầu tiên *(Quốc Dũng)*	112
Mùa Xuân đầu tiên *(Tuấn Khanh)*	114
Mùa Xuân đầu tiên *(Văn Cao)*	116
Mùa Xuân gọi *(Trần Tiến)*	118
Mùa Xuân gửi em *(Minh Kỳ - Lê Dinh)*	120
Mùa Xuân lá khô *(Trần Thiện Thanh)*	122
Mùa Xuân ơi *(Nguyễn Ngọc Thiện)*	124
Mùa Xuân sao chưa về hỡi em *(Trường Sa)*	126
Mùa Xuân trên cao *(Trầm Tử Thiêng)*	128
Mùa Xuân trên đỉnh bình yên *(Từ Công Phụng)*	130
Mùa Xuân *trong đôi mắt em (Đức Huy)*	132
Mùa Xuân và tình yêu *(Trường Sa)*	136
Mùa Xuân và tình yêu em *(Từ Công Phụng)*	138
Mùa Xuân *yêu em (Phạm Duy – Đỗ Quý Toàn)*	140
Mùa Xuân yêu thương *(Nhất Sinh)*	142
Mưa Xuân mới *(Hà Phương – Liêu Hoàng Anh)*	144
Nàng Xuân *(Minh Châu)*	146
Nắng còn Xuân *(Đức Trí)*	148
Nếu Xuân này vắng anh *(Bảo Thu)*	150
Ngày Xuân *vui tươi (Quốc Anh)*	152

Nhớ một chiều Xuân *(Nguyễn Văn Đông)*	154
Nụ cười Sơn Cước *(Tô Hải)*	156
Nụ Tầm Xuân *(Phạm Duy)*	158
Phiên gác đêm Xuân *(Nguyễn Văn Đông)*	160
Ru em từng ngón Xuân nồng *(Trịnh Công Sơn)*	162
Rộn ràng Xuân *(Mạc Thế Nhân)*	164
Tâm sự nàng Xuân *(Hoài Linh)*	166
Tâm sự ngày Xuân *(Hoài An)*	168
Thành phố mùa Xuân *(Trịnh Công Sơn)*	170
Thì thầm mùa Xuân *(Ngọc Châu)*	172
Thư Xuân *(Nguyễn Đào Nguyễn – Viễn Chinh)*	174
Tình khúc mùa Xuân *(Ngô Thụy Miên)*	176
Tình tự mùa Xuân *(Từ Công Phụng)*	178
Tình Xuân *(Vũ Thành)*	180
Tuổi thơ đón Xuân *(Đinh Công Lý & Huỳnh)*	182
Xác pháo nhà ai *(Lê Dinh)*	184
Xuân ca *(Phạm Duy)*	186
Xuân chiến khu *(Xuân Hồng)*	188
Xuân đã về *(Minh Kỳ)*	192
Xuân hành *(Phạm Duy)*	194
Xuân họp mặt *(Văn Phụng)*	196
Xuân miền Nam *(Văn Phụng – Tuấn Nghĩa)*	202
Xuân muộn *(Hoài Linh)*	204
Xuân này anh không về *(Bảo Thu)*	206

Xuân này con không về *(Trịnh Lâm Ngân)*	208
Xuân tha hương *(Phạm Đình Chương)*	210
Xuân và tuổi trẻ *(La Hối – Thế Lữ)*	212
Xuân về *(Hoàng Quý)*	214
Xuân về *(Thẩm Oánh)*	216
Yêu em mùa Xuân *(Bùi Công Thuấn)*	218

Anh Cho Em Mùa Xuân

Nguyễn Hiền - Kim Tuấn

Bài Tango mùa Xuân

Nhạc và Lời: NGUYỄN BÁCH

To Moderato

Rồi mùa đông tàn hơi giá. Để mùa xuân về trong ta. Người tình sao nhìn Em rất lạ, mắt Chàng vương buồn, tháng ngày qua. Một lòng Em ngàn thương nhớ. Gửi về Anh tình trong thơ. Người tình ơi, dừng chân

Ngày dần trôi thuyền viễn xứ. Lòng hoài mong mùa xuân xưa. Mầu thời gian rồi sẽ úa tàn, nghĩ gì hỡi Chàng, với tình thơ? Đời còn bao mùa xuân tới? Tình con bao lần chơi vơi. Dù mùa xuân về trong

BẢN ĐÀN XUÂN

Nhạc và lời: LÊ THƯƠNG

Bến đàn xuân

Ngọc Bích

BẾN XUÂN
Văn Cao

Nhà tôi bên chiếc cầu soi nước. Em đến tôi một lần. Bao lũ chim rừng hợp đàn trên khắp bến xuân. Từng đôi rung cánh trắng ríu rít ca u ú ù u ú. Cành đào hoen nắng chan hòa! Chim ca thương mến chim ngân xa u ú ù u ú. Hồn mùa ngây ngất trầm vương. Dìu nhau theo dốc mới nơi ven

Nhà tôi sao vẫn còn ngơ ngác. Em vắng tôi một chiều. Bến nước tiêu điều còn hằn in nét đáng yêu. Từng đôi chim trong nắng khe khẽ ru u ú ù u ú. Lệ mùa rơi lá chan hòa! Chim ca thương nhớ chim ngân xa u ú ù u ú. Hồn mùa ngây ngất về đâu. Người đi theo mưa gió xa muôn

Bến xuân xanh

Nhạc và lời: DƯƠNG THIỆU TƯỚC

Chiều xuân

Nhạc và lời: NGỌC CHÂU

Có một chiều chiều xuân như thế. Nắng ngập tràn hồn em ngất ngây mùa xuân mùa xuân. Có bao giờ chân trời xanh thế Như mắt em lần đầu gặp anh

Chúc xuân

Nhạc và lời: THANH SƠN

Cha Cha Cha

Từ trăm năm mùa xuân đem niềm vui cho đời. Ngàn tiếng hát, ngàn câu thơ mùa xuân gọi mời. Hạnh phúc đến muôn nhà và người người tay bắt mặt mừng, cầu chúc an khang đầu xuân. (Một)

Một năm qua dù bôn ba hỡi ai xa nhà. Về đây bên mùa xuân phút hàn huyên đậm đà. Từng góc phố, quê làng nụ cười trẻ thơ áo xanh vàng, cùng...

...đón chúa xuân huy hoàng. Hãy chúc đất nước bình an khắp

Dịu dàng hương xuân

Lê quốc Thắng

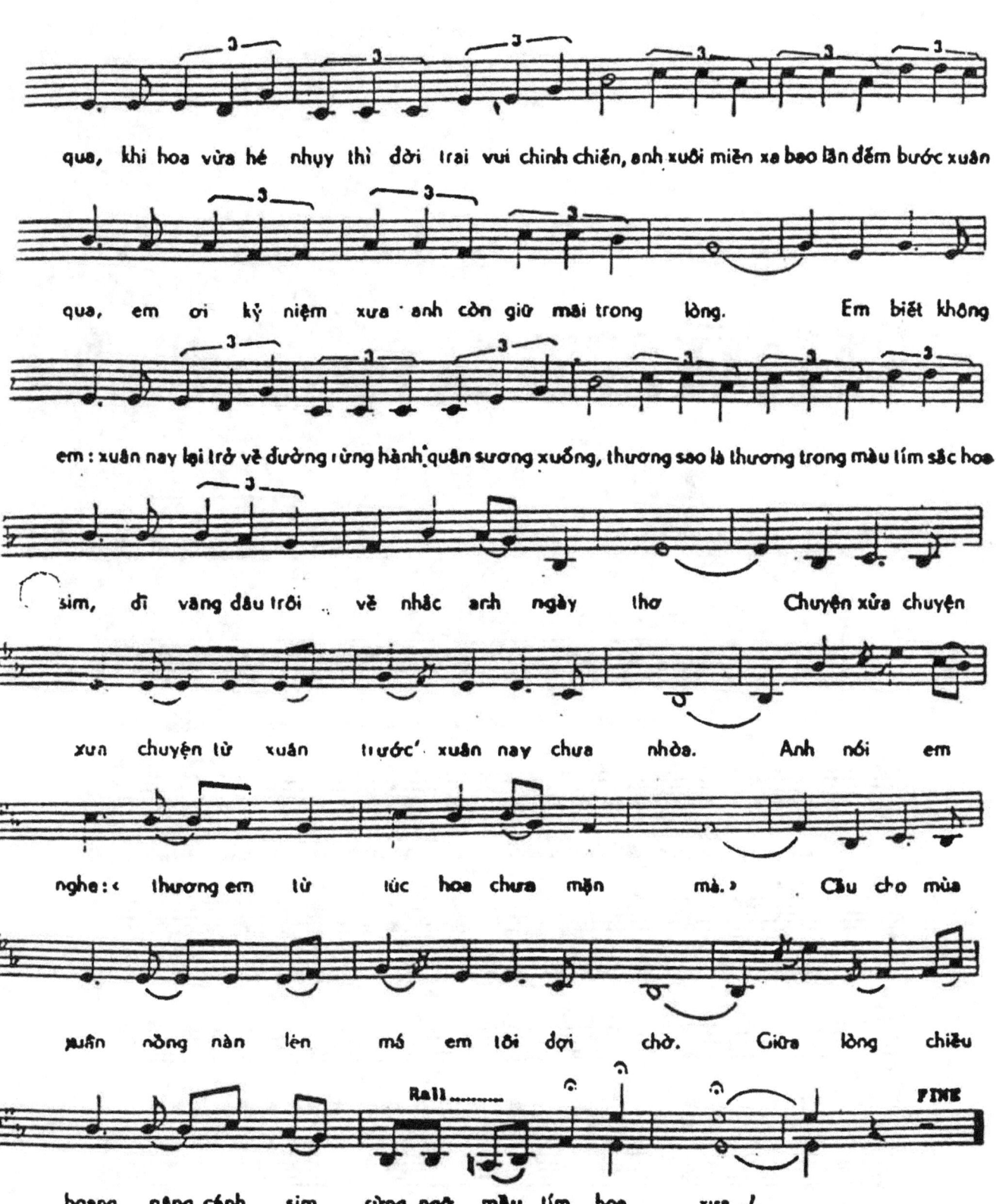

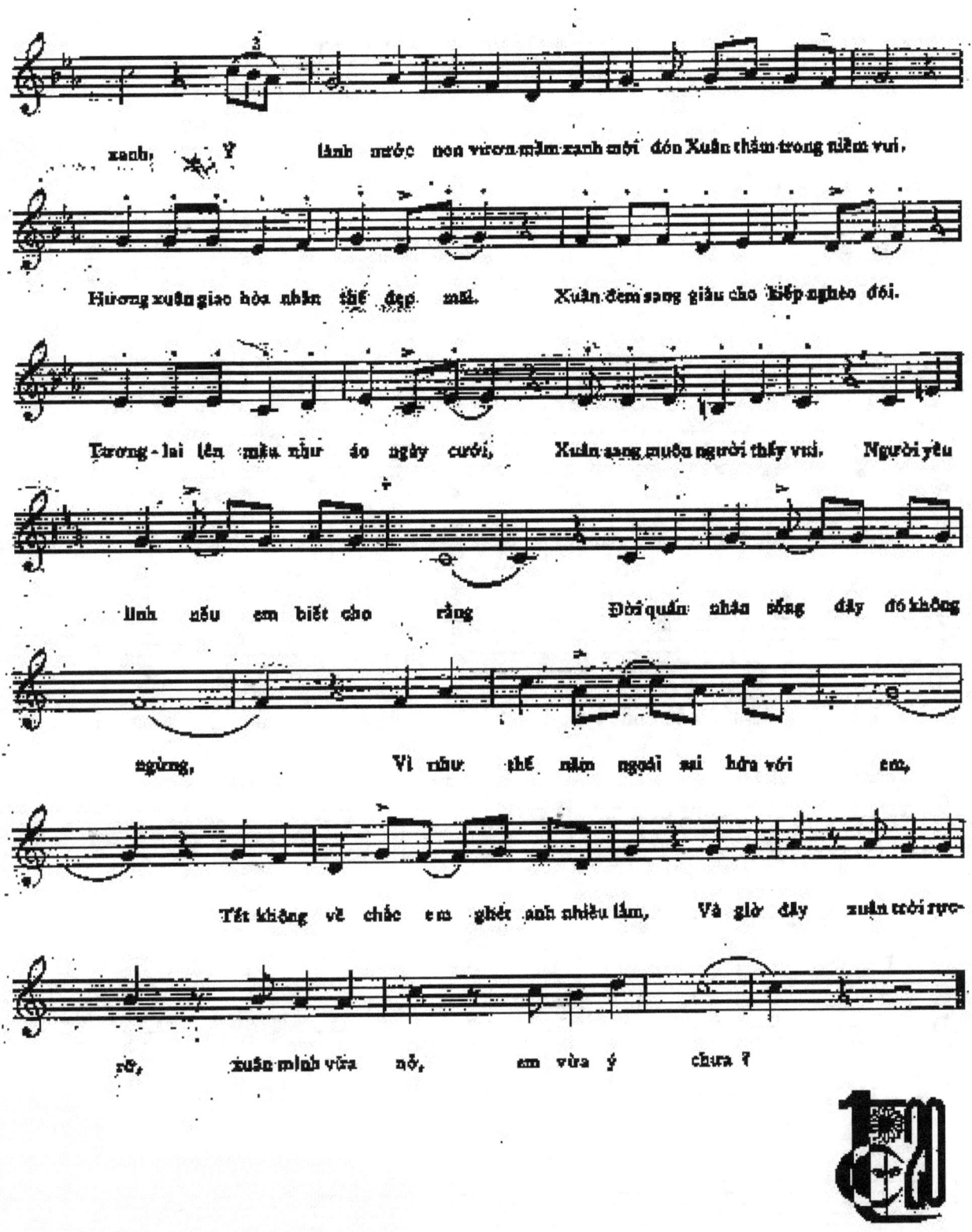

Đêm Xuân

Nhạc và lời : Phạm Duy

dừng nhạt phai... Đừng nhạt phai....

Chợ Neo-Thanh Hoá 1949

2

Chưa quen nhau lúc đầu
Em nghe theo tiếng sầu
Ôi khúc ca !
Nuôi mối tình muôn sắc mầu.
Em phôi pha tháng ngày
Vì lúc trăng về đây
Có đàn đêm ấy
Đã ru trái tim này.
Hồn em tìm nương náu
Tình em chờ thương đau.
Lòng em chưa tàn
Xin đừng phụ nhau !
Đừng phụ nhau !

Điệp khúc mùa xuân

Nhạc và lời: QUỐC DŨNG

Gió hát hiu lung linh hoa vàng chờ tia nắng về trong ánh mùa sang Gió mãi mơn man trên đóa môi hồng người em yêu tìm quên trong cuộc sống. Bướm vẫn tung tăng bay la đà mặc trời mây buồn nhẹ trôi thiết

Đoản ca xuân
(1991)

Nhạc và lời: THANH SƠN

ĐÓN XUÂN
(FOX MODERATO)

Lời và Nhạc:
PHẠM-ĐÌNH-CHƯƠNG

Copyright 1952 by PHAM.DINH.CHUONG — Saigon
All Rights Reserved

TÁC-GIẢ
GIỮ BẢN-QUYỀN

EM CÒN NHỚ MÙA XUÂN

NHẠC VÀ LỜI : NGÔ THỤY MIÊN

Em có bao giờ còn nhớ mùa Xuân Nhớ tháng năm xưa của tuổi dại

khờ Nhớ tiếng dương cầm giọng hát trẻ thơ Có thấy bơ vơ ngày tháng đợi

chờ Nơi ấy bây giờ còn có mùa Xuân Có dáng nghiêng nghiêng nụ cười thật

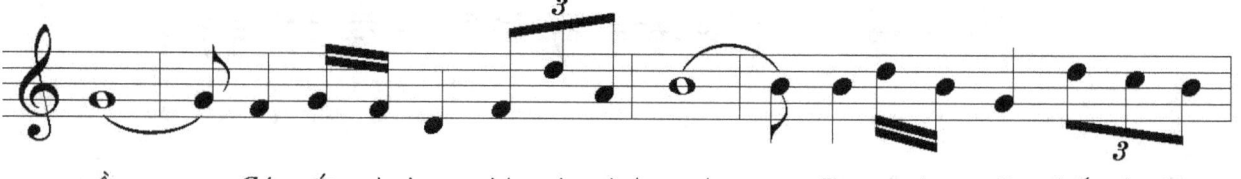

gần Có mắt nai vàng ngời sáng tình xanh Em có bao giờ thấu cho lòng

anh Trời Sai-gon chiều hôm nay còn nhiều mây bay, nhiều niềm

đau thương bi hận tràn đầy Gượng nụ cười giọt lệ trên môi Nhìn

Em đã thấy mùa xuân chưa.
Quốc Dũng

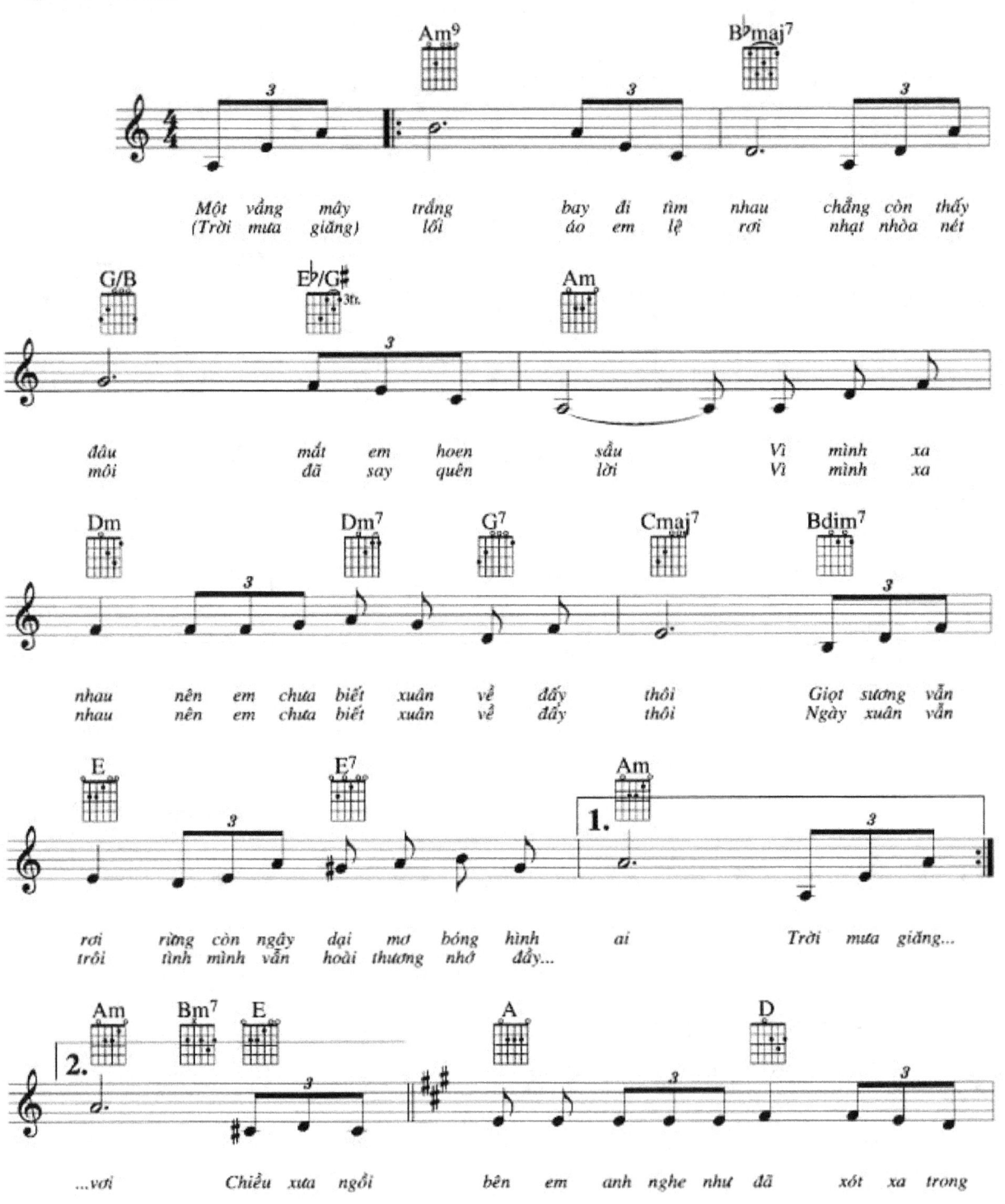

EM ĐẾN THĂM ANH ĐÊM 30

Thơ : Nguyễn Đình Toàn

Em đến thăm anh đêm ba mươi   còn đêm nào vui bằng đêm ba mươi.

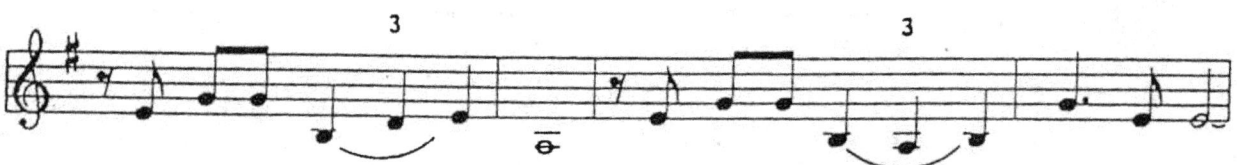

Anh nói với người phu quét đường   xin chiếc lá vàng làm bằng chứng yêu em

Tay em lạnh để cho tình mình ấm. Môi em mềm cho giấc ngủ anh

Gái xuân

Nhạc và lời: TỪ VŨ

Giáng Xuân

Lời: THANH TÂM
Nhạc: DƯƠNG THIỆU TƯỚC

Giáng Xuân về ngàn muôn hoa vì Xuân thắm
(Giáng Xuân) về ngàn muôn hoa vì Xuân thắm

tươi Dưới nắng hồng hương Xuân hòa gió lan tràn khắp
tươi Dưới nắng hồng hương Xuân hòa gió lan tràn khắp

nơi. Xuân êm đềm tuổi thanh xuân càng thêm thắm
nơi. Xuân êm đềm tuổi thanh xuân càng thêm thắm

xinh Như đóa hoa mỉm cười đùa
xinh Như đóa hoa mỉm cười đùa

GIÓ MÙA XUÂN TỚI

Hoàng Trọng

Gọi Xuân

Xuân ơi linh dậy đi em
Sao em ngủ mãi cho đêm kéo dài

Nhanh - hy vọng
(Disco)

Trần Quốc Dũng

Tết Việt Nam rơi vào mùa Đông Đan Mạch. Ở nơi
...đây không thể nào đi hái lộc. Vào *mùa*

đây tôi không thấy mai vàng. Không nghe pháo nổ
Đông cây không lá trơ cành. Hai nơi khác giờ

1. vang. Nếu không xem lịch nào ai biết Tết Việt. Tết ở ...
nhau. Giữa đêm trừ ...

2. tịch làm sao đón giao thừa. Tôi vẫn

mơ, mơ một mùa Xuân vĩnh cửu. Xuân thanh

bình trên khắp nước Việt Nam. Người Việt tha

* Mùa Xuân đích thực chỉ đến khi Việt Nam được Tự Do Dân Chủ thật sự, người dân được sống ấm no hạnh phúc và có Nhân Quyền. Người Việt trong cũng như ngoài nước đang tha thiết Gọi Xuân. Hy vọng rằng có những đàn Chim Én đang tạo dựng mùa Xuân.

Góp lá mùa xuân

Trịnh Công Sơn

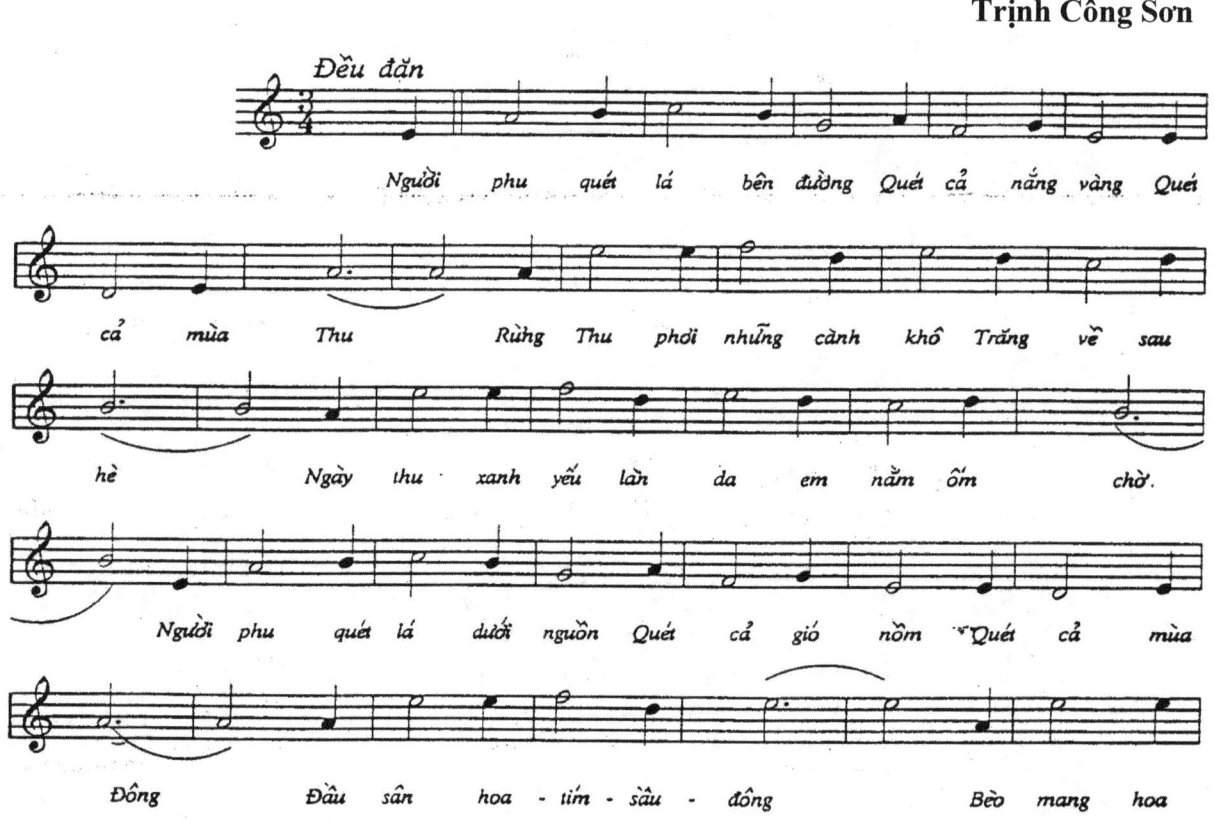

Hạt mưa mùa xuân

Nhạc và lời : TRƯƠNG NGỌC NINH

Gió đưa trên cành hạt màu mưa xanh cười trong mắt

ai rộn ràng mùa xuân tới Nước non tháng

ngày mầm xanh cỏ cây trái tim dâng đầy tình yêu đắm

Hoa cỏ mùa xuân

Nhạc và lời: BẢO CHẤN

Này là cỏ non rất mềm Này mùa xuân rất hiền
Này là hoa rất thơm. Này là giọt sương trĩu nặng
hạt ngọc trên lá cỏ Trên bông tầm xuân trước hiên nhà.

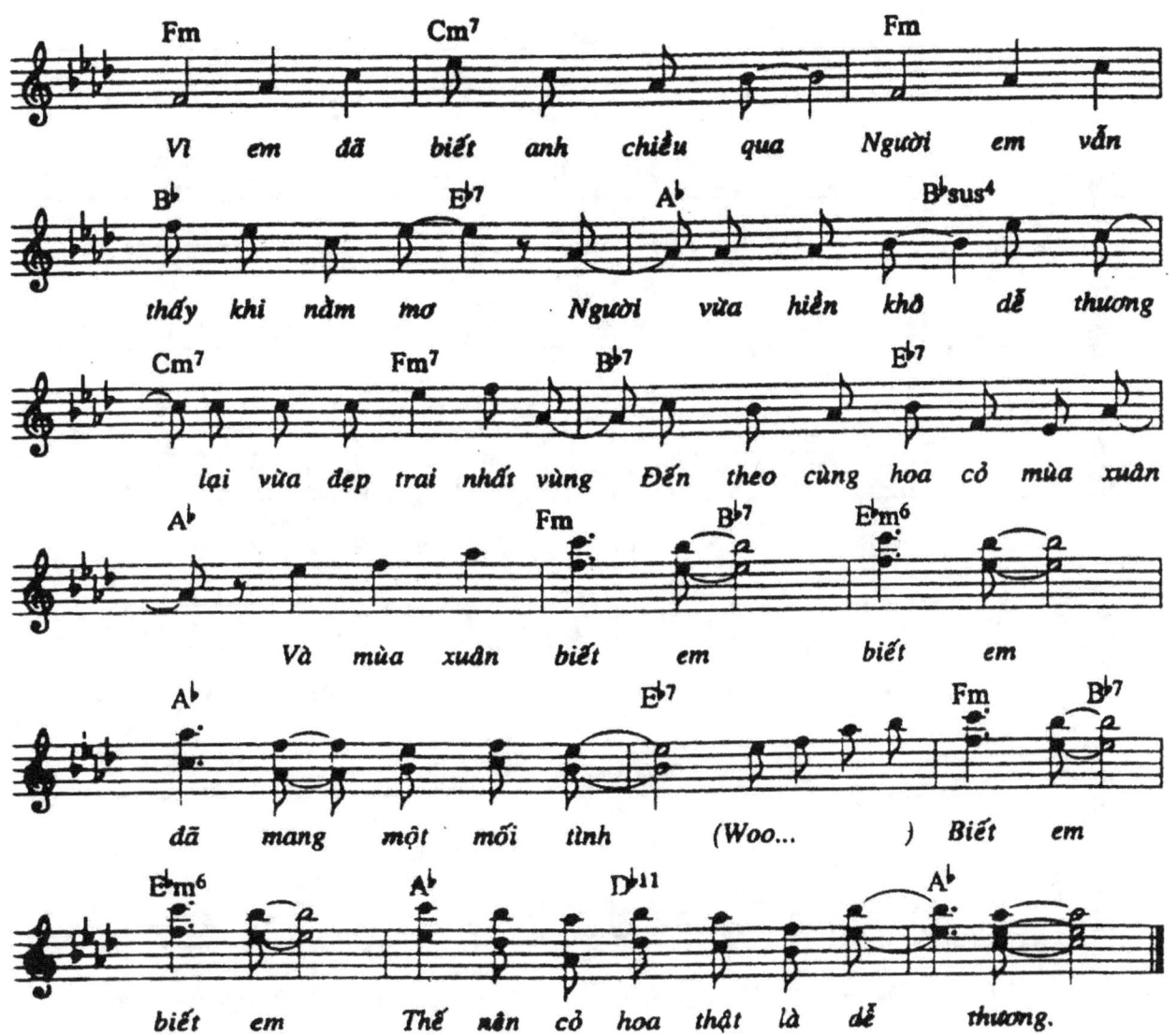

Hoa xuân.

Phạm Duy

Hoa xuân ca

Trịnh Công Sơn

1. Cây sẽ cho lộc và cây sẽ cho hoa
2. Cây sẽ cho lộc và cây sẽ cho hoa
3. Cây sẽ cho lộc và cây sẽ cho hoa

Hoa Xuân đất Việt

Nhạc và Lời: NGUYỄN VĂN THƯƠNG

KHÚC HÁT THANH XUÂN
WHEN WE WERE YOUNG

JOHANN STRAUSS
(1833 — 1899)

Ngày ấy khi Xuân ra đời Một trời bình minh
One day when we were young One won-der-ful

có lũ chim vui Có lứa đôi yêu nhau rồi Hẹn
mor-ning in May You told me you love me When

rằng còn mãi không nguôi Nhạc lắng hương Xuân bồi hồi như
we were young one day Sweet songs of Spring were sung and

vì tình ai tiếng hát lên ngôi Nói với nhau Yêu
mu-sic was ne-ver so gay You told me you

HÀNỘI 1946

Tuyển Tập Nhạc XUÂN Chọn Lọc - Trang 87

Khúc Nhạc Ngày Xuân

Slow Fox Nhật Bằng

Lá thư ngày tết

Nhạc và Lời: TRẦN LONG ẨN

Hơi nhanh

Ngày tết đến được thư em là niềm vui bất ngờ. Ngày tết đến rất nhớ em tựa một nỗi nhớ nhà! Nhớ tiếng hát giờ giao thừa mẹ thường chờ mong có em qua, nhớ góc phố ngày xuân về đàn trẻ mừng như lá như hoa!

(Ngày tết) đến được thư em là niềm vui bất ngờ! Ngày tết đến rất nhớ em và vườn hoa trước sân! Đóa cúc trắng nở âm thầm và hàng dậu như nhớ như mong, những tiếng hát từ cõi lòng thật nhẹ nhàng như gió trên sông!

(Ngày tết) đến nhìn quê hương một màu xanh nối liền! Nhà máy mới trong nắng mai rộn ràng tiếng máy reo! Thác nước lớn là công trình thủy điện rồi sông núi ta ơi! biển bát ngát là bể

Lên đồi chiều xuân xưa

Nhạc: NGUYỄN VĂN HIÊN
Thơ: VŨ NGỌC GIAO

Theo em lên đồi chiều xưa Mở lòng lắng nghe em hát Trên đầu trời xanh bát ngát Dưới chân cỏ mượt như nhung theo em lên đồi chiều xưa Mở lòng lắng nghe em hát Đồi chiều bỗng dưng nhòa nhạt Gui-tar mấy sợi buông chùng Tiếng hát em như ngại

Lời tỏ tình mùa xuân

Nhạc và Lời: THANH TÙNG

Slow Surf

Mùa xuân đến đạp xe trên phố tóc xỏa vai mềm. Mùa xuân hát nụ hoa thơm ngát nở trên môi hồng. Mùa xuân rất hiền lặng yên ngồi nghe tôi hát, Và tôi biết rằng nói yêu em là điều khó khăn! Mùa xuân đến rồi, mùa xuân nói giùm với em. Tình yêu rất gần, tình yêu hãy đừng là cánh chim.

Ly Rượu Mừng

Phạm Đình Chương

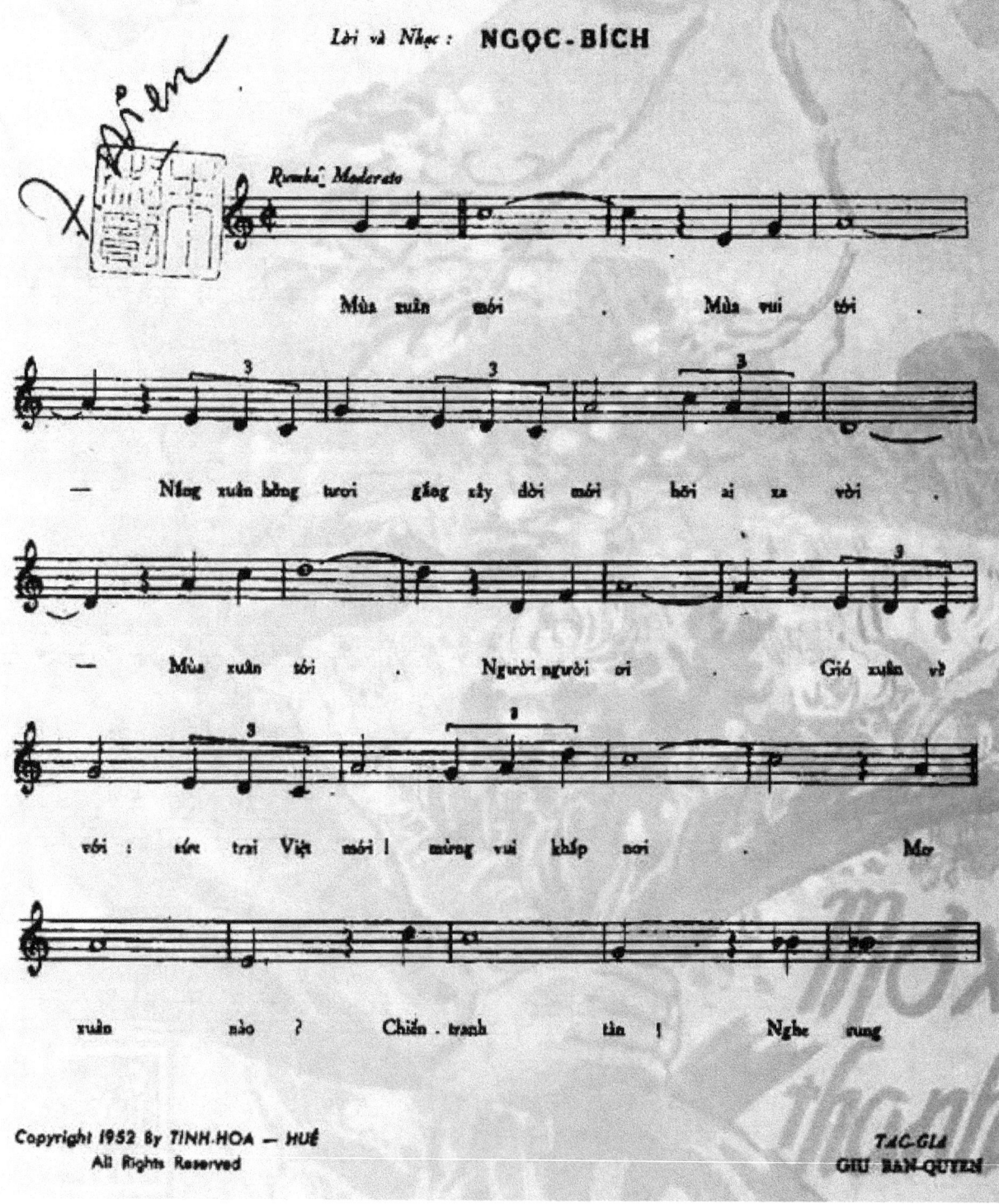

MỘNG CHIỀU XUÂN
Ngọc Bích

Gió chiều thầm vương bao nhớ nhung. Người yêu thoáng qua trong giấc mộng. Vui nguồn sống mơ những ngày mong chờ. Trách ai đành tâm hững hờ. Mối tình đầu xuân ai thấu chăng? Lòng tha thiết buông theo tiếng

Mùa hoa Anh Đào

Nhạc và Lời: THANH SƠN

Slow Rumba

Mùa Xuân cưới em

Nhạc & Lời: MẶC THẾ NHÂN

Mùa Xuân đầu tiên

Nhạc & Lời: QUỐC DŨNG

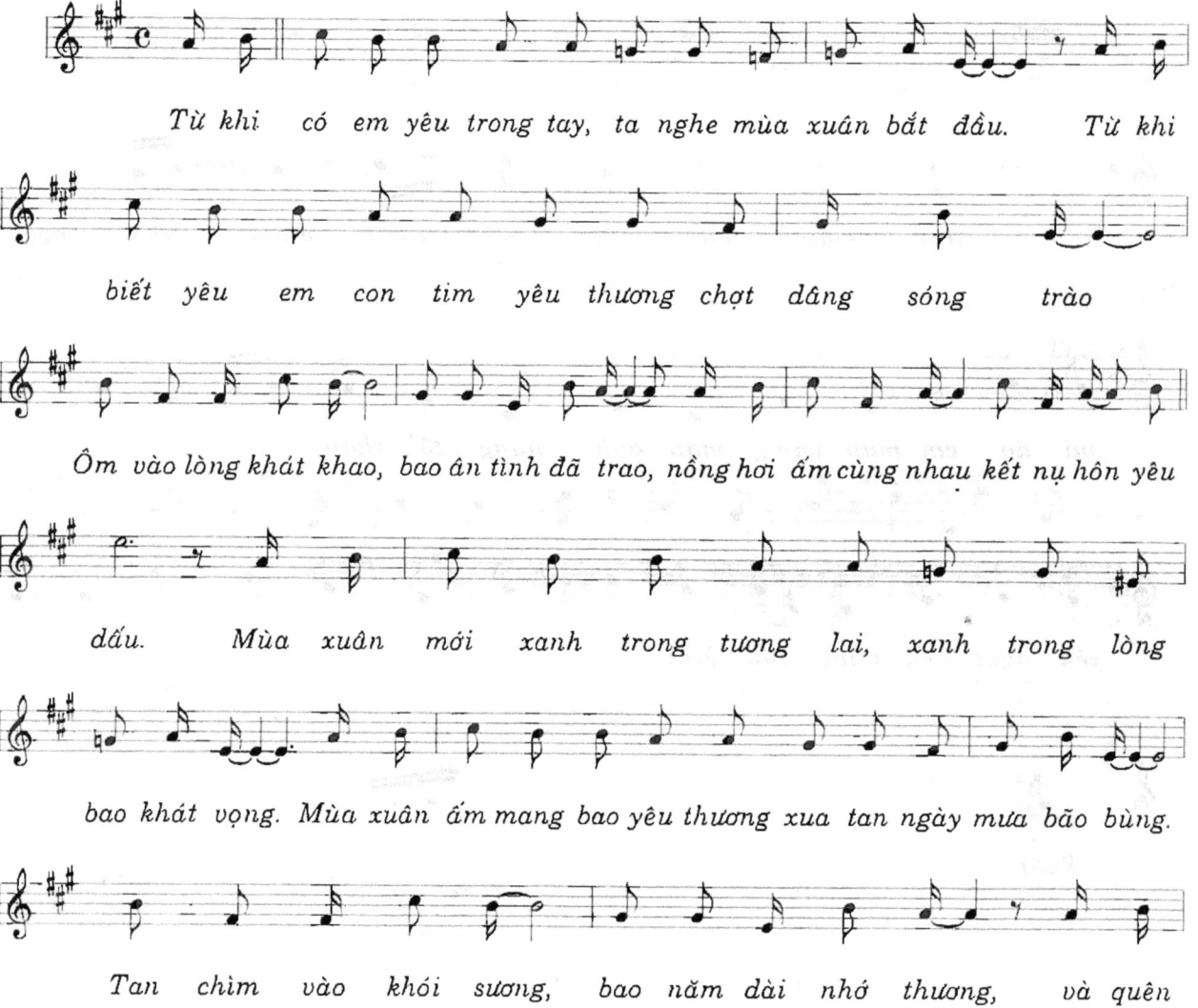

Từ khi có em yêu trong tay, ta nghe mùa xuân bắt đầu. Từ khi biết yêu em con tim yêu thương chợt dâng sóng trào Ôm vào lòng khát khao, bao ân tình đã trao, nồng hơi ấm cùng nhau kết nụ hôn yêu dấu. Mùa xuân mới xanh trong tương lai, xanh trong lòng bao khát vọng. Mùa xuân ấm mang bao yêu thương xua tan ngày mưa bão bùng. Tan chìm vào khói sương, bao năm dài nhớ thương, và quên

Tuấn Khanh

Tuyển Tập Nhạc XUÂN Chọn Lọc - Trang 115

Mùa Xuân đầu tiên

Văn Cao

mùa xuân ... lá khô

trầnthiệnthanh

mùa xuân
sao chưa về hỡi em

nhạc và lời: TRƯỜNG SA

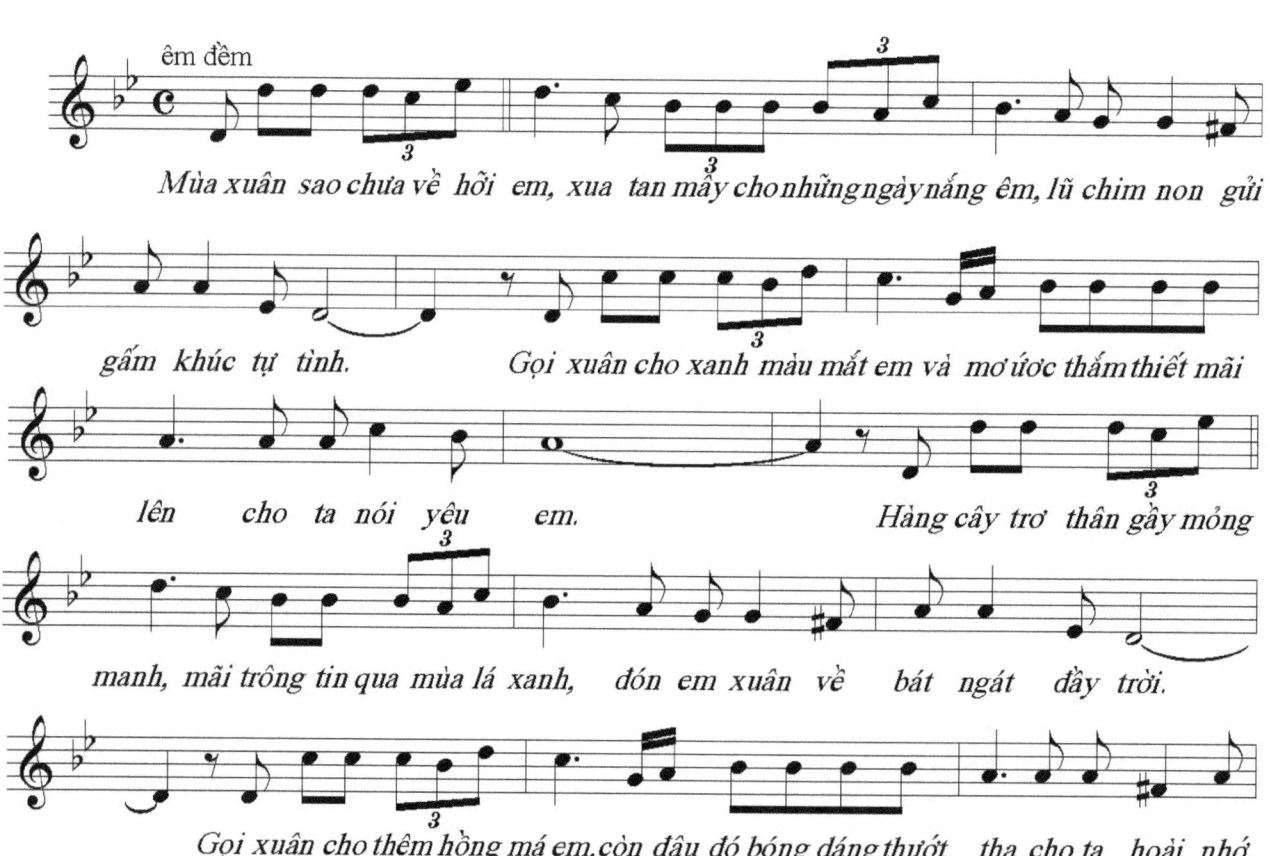

Mùa xuân sao chưa về hỡi em, xua tan mấy cho những ngày nắng êm, lũ chim non gửi gấm khúc tự tình. Gọi xuân cho xanh màu mắt em và mơ ước thắm thiết mãi lên cho ta nói yêu em. Hàng cây trơ thân gầy mỏng manh, mãi trông tin qua mùa lá xanh, đón em xuân về bát ngát đầy trời. Gọi xuân cho thêm hồng má em, còn đâu đó bóng dáng thướt tha cho ta hoài nhớ

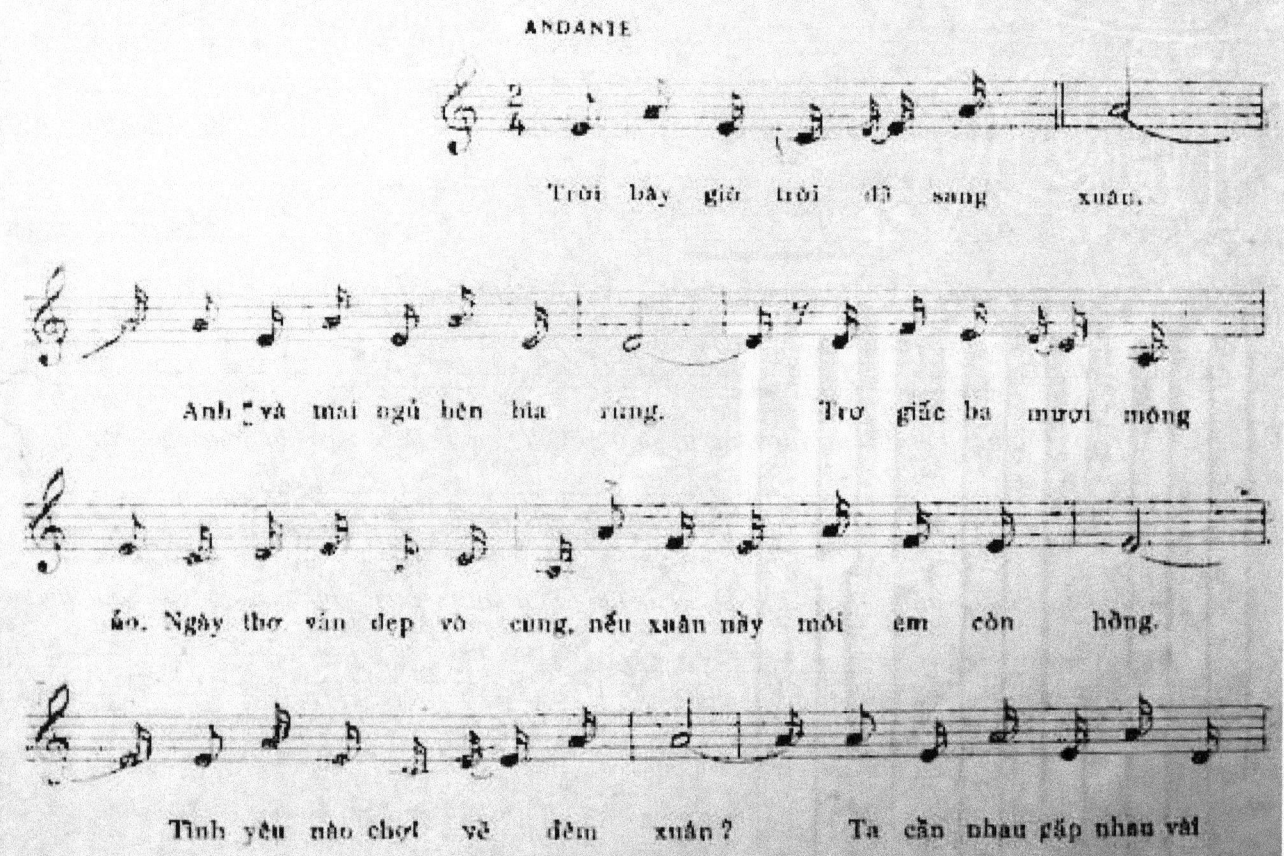

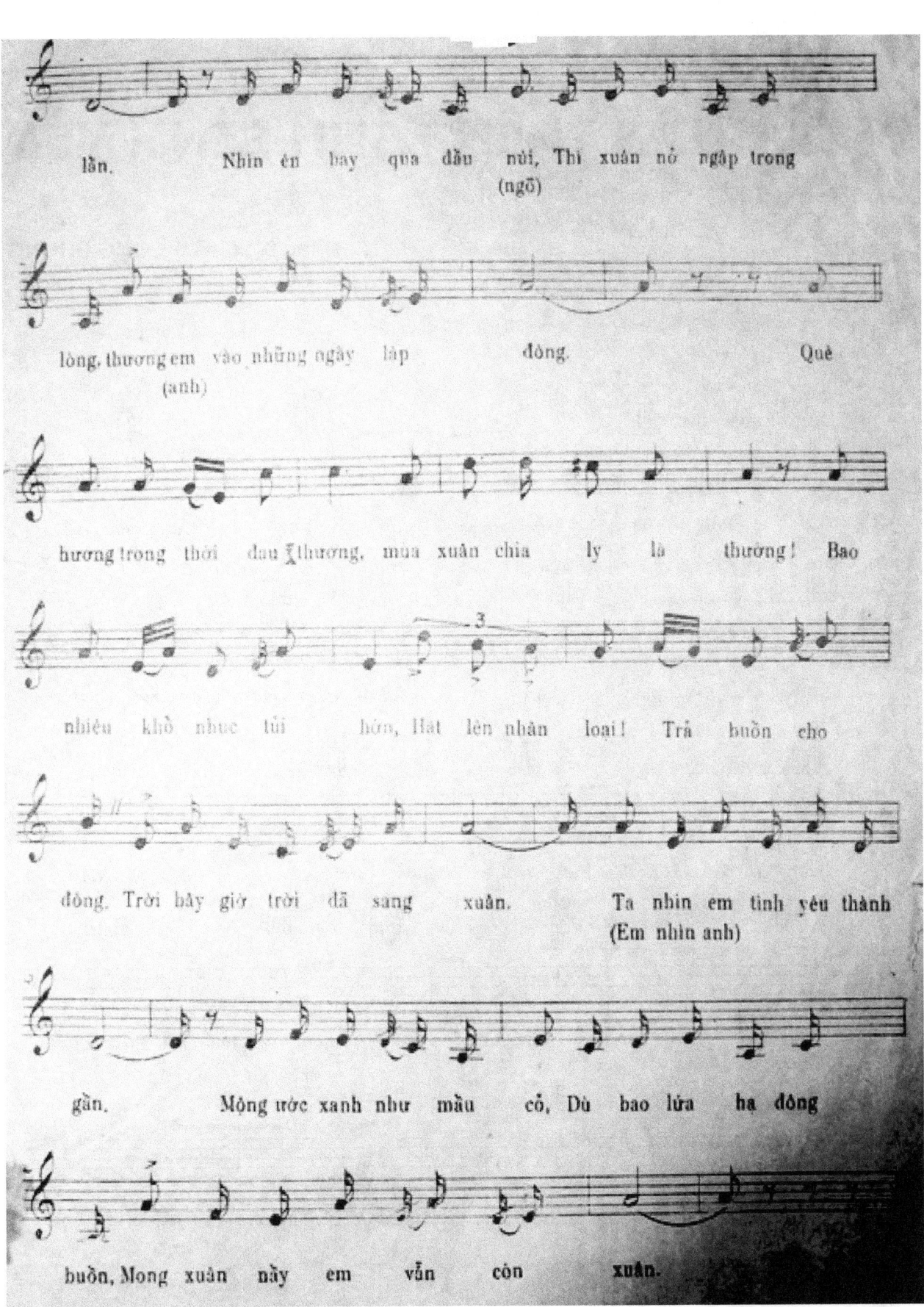

MÙA XUÂN TRÊN ĐỈNH BÌNH YÊN

Nhạc & Lời: TỪ CÔNG PHỤNG
1968

Tuyển Tập Nhạc XUÂN Chọn Lọc - Trang 130

Mùa Xuân Trong Đôi Mắt Em

Nhạc và Lời: Đức Huy
© 1992

mùa xuân và tình yêu

*nhạc và lời: TRƯỜNG SA

Ngày rộn rã trên những hàng lá xanh,
Mùa xuân đến với tiếng gọi trái tim,
bầy chim xa nay đang về hót vang, là tin
là tin yêu cho bao đời lãng quên, là ánh
sớm xuân về cho muôn loài hoa đua nở, cho lòng người rộn lên
sáng chan hòa trong đêm dài, trong tâm tưởng, xua đi dần bao nhiêu
bao mối yêu thương. Từ vùng đất thâm sâu vùng núi
dĩ vãng đau thương. Mùa xuân đến âm vang lời thiết

MÙA XUÂN VÀ TÌNH YÊU EM

Nhạc và lời : TỪ CÔNG PHỤNG
1974

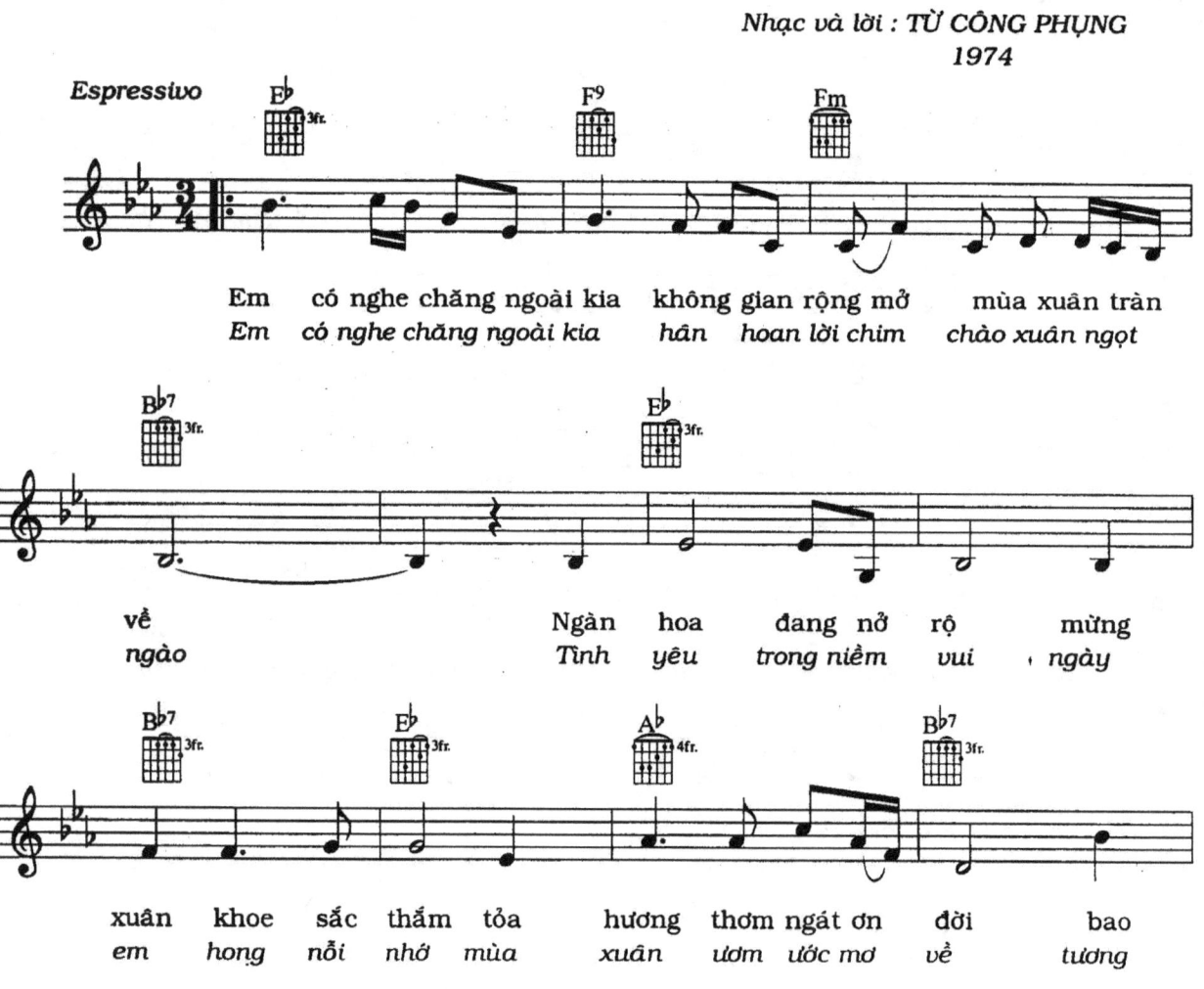

MÙA XUÂN YÊU EM

Thơ : ĐỖ QUÝ TOÀN
PHẠM DUY soạn thành ca khúc

Tuyển Tập Nhạc XUÂN Chọn Lọc - Trang 140

Mùa Xuân yêu thương

Nhạc và Lời: NHẤT SINH

Rộn ràng

Xuân nay đã về ôi mùa xuân lung linh sắc màu. Tay nâng chén rượu ta cùng nhau chúc nhau an lành. Chúc cho mọi nhà một mùa xuân yên vui thái hòa. Một mùa xuân mới nắng xuân hồng bướm hoa đùa vui. Mùa xuân thắm nụ muôn loài hoa tỏa hương khoe

Mừng Xuân mới

Nhạc và lời:
HÀ PHƯƠNG & LIÊU HOÀNG ANH

Bossanova

Mừng Xuân đã về khắp trời, như trong đời.

Mùa Xuân đến rồi. Thấy bừng lên nắng mới.

Cành mai thắm vàng, cánh đào xuân tươi hồng.

Đàn chim én lượn, đã làm Xuân mơ màng. Xuân

sang: một trời ngây ngất hương tình chứa chan.

Xuân sang: nhịp đàn nô nức cho người hân

Nàng Xuân

Nhạc & Lời: MINH CHÂU

Tuyển Tập Nhạc XUÂN Chọn Lọc

Nắng có còn xuân.
Đức Trí

NẾU XUÂN NÀY VẮNG ANH

Bảo Thu

Bài hát đầu tiên **TRÚC LY** *thu thanh vào dĩa nhựa*
Hòa âm với ban nhạc **VĂN-PHỤNG**
Hãng **VIỆT-NAM** *sản xuất*

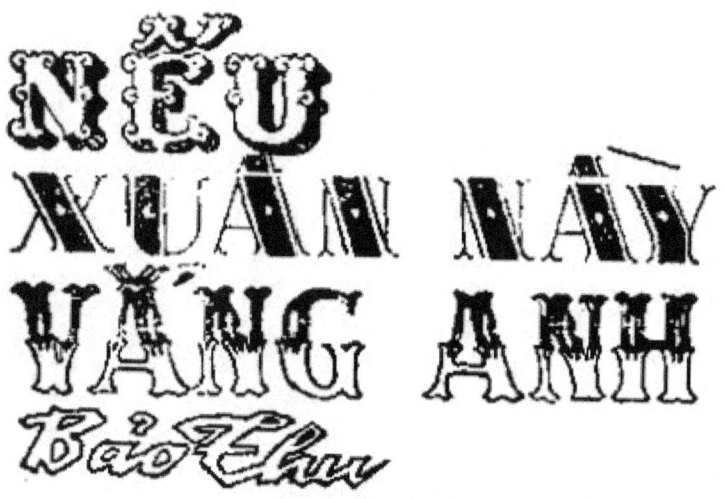

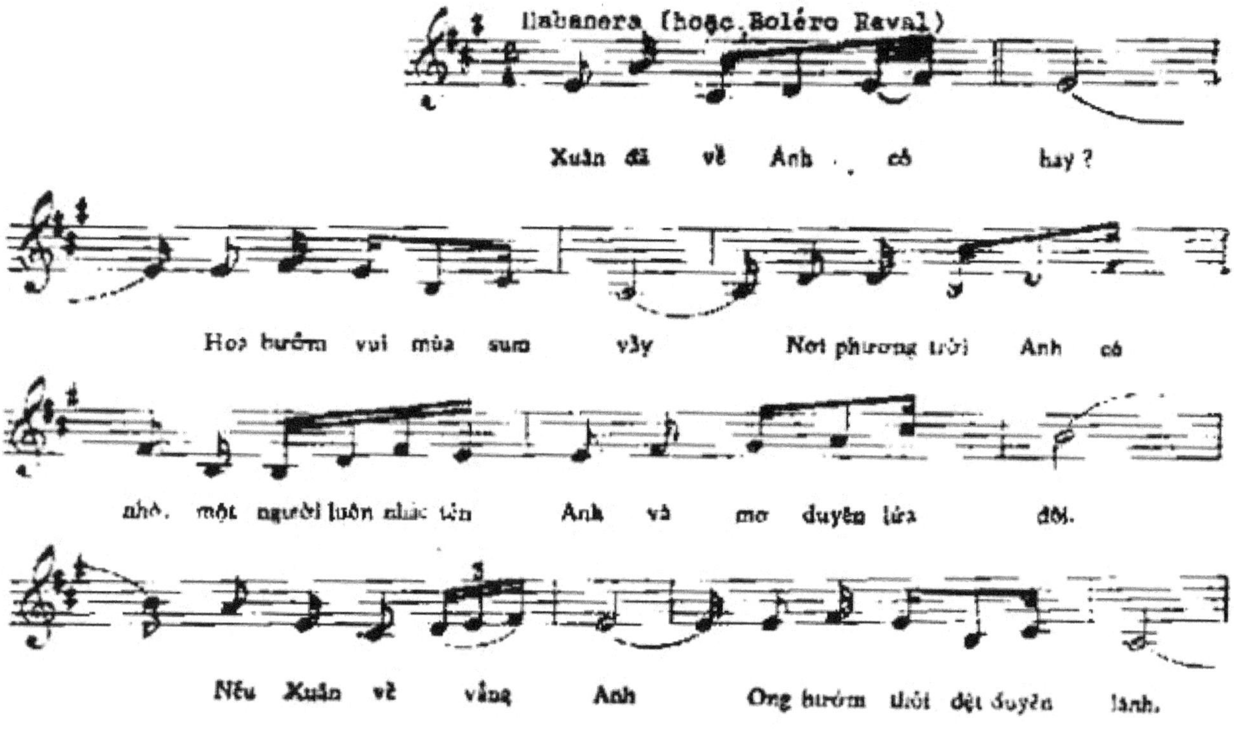

16.

Ngày Xuân Vui Cưới

Quốc Anh

NHỚ MỘT CHIỀU XUÂN

Nhạc và Lời: NGUYỄN VĂN ĐÔNG

Do cô LỆ-THANH trình bày lần đầu tiên trên Đài Phát Thanh Saigon.
Bản nhạc được lấy làm tựa đề và nhạc đệm cho Vở bi-trường-kịch « NHỚ MỘT CHIỀU XUÂN »
do ban KIM-CƯƠNG trình diễn ở Thủ-Đô vào Tết Nhâm-Dần 1962.

Aloha! Giã từ em nhé! (1)
Kỷ-niệm Đảo Ha-Uy-Di 1957.
N. V. Đ.

Chiều nay thấy hoa cười chợt nhớ một người.

Chạnh lòng tôi khơi bao niềm nhớ. Người nơi xa xăm phương trời

ấy, người còn buồn, còn thương, còn nhớ? Nắng phai rồi em ơi!

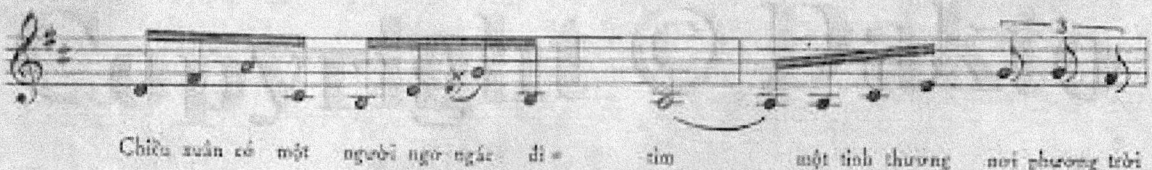

Chiều xuân có một người ngơ ngác đi tìm một tình thương nơi phương trời

Nụ Cười Sơn-Cước

Nhạc và lời: TÔ HẢI

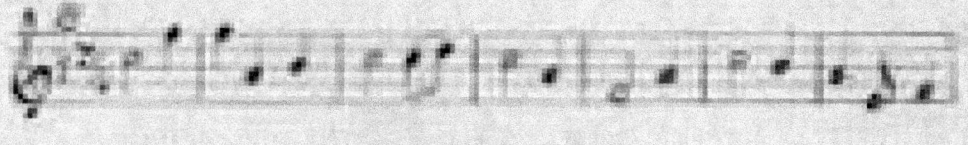
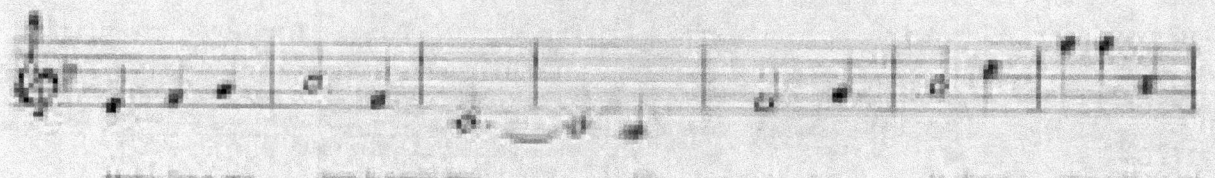
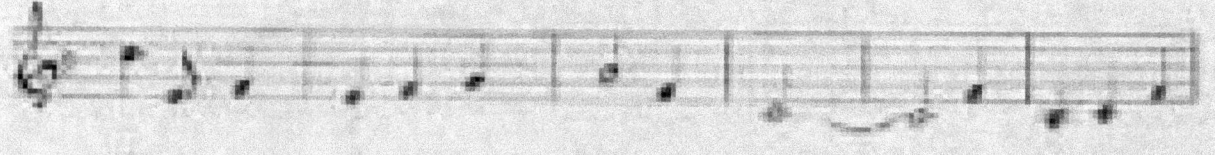
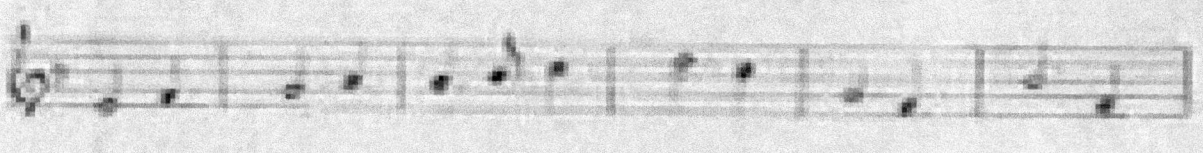

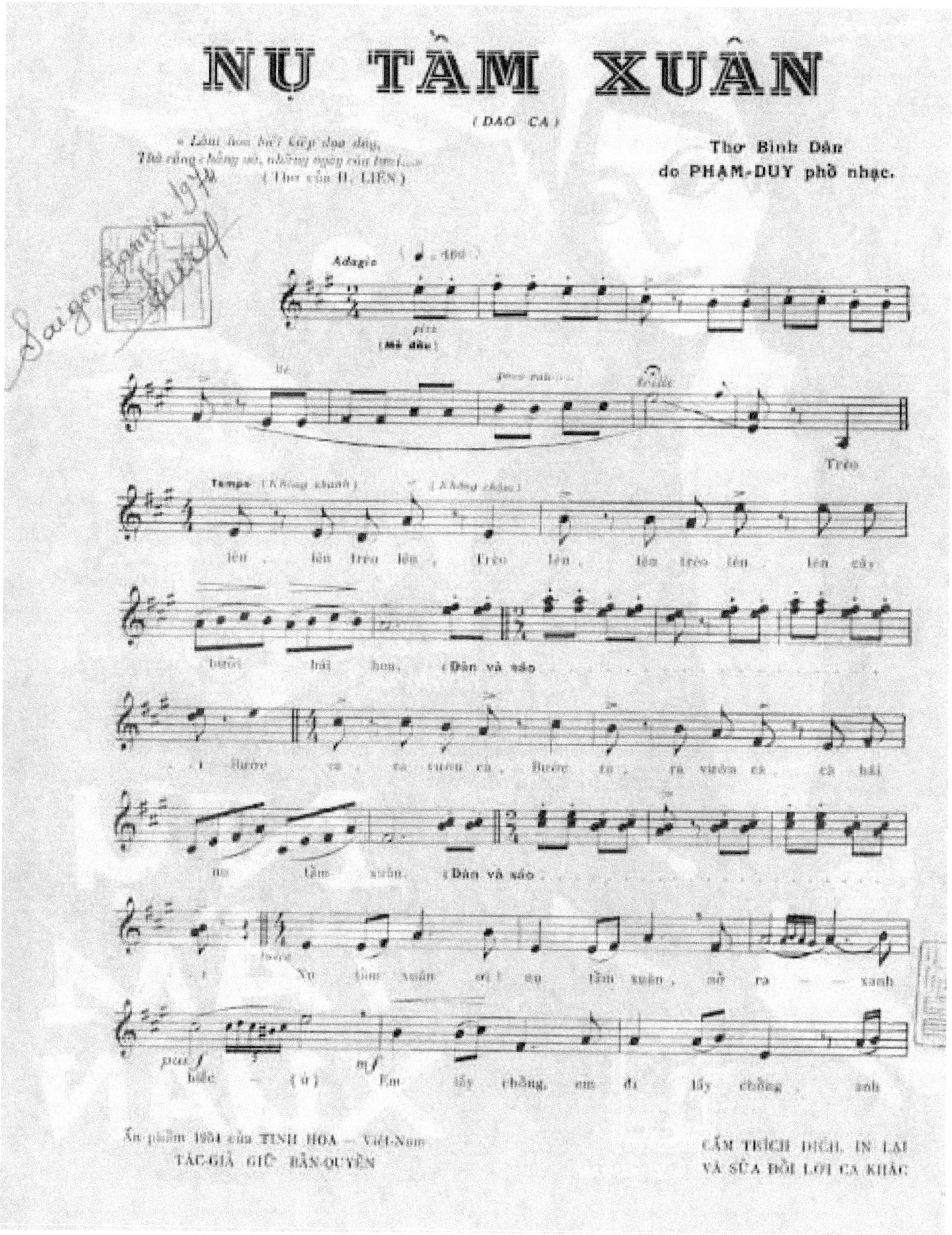
NỤ TẦM XUÂN
(DAO CA)
Thơ Bình Dân
do PHẠM-DUY phổ nhạc.
Adagio
Trèo
Đàn và sáo
Đàn và sáo
Em lấy chồng, em đi lấy chồng, anh
Ấn phẩm 1954 của TINH HOA — Việt-Nam
TÁC-GIẢ GIỮ BẢN-QUYỀN
CẤM TRÍCH DỊCH, IN LẠI
VÀ SỬA ĐỔI LỜI CA KHÁC

PHIÊN GÁC ĐÊM XUÂN

NHẠC & LỜI của
Nguyễn-văn-Đông

Bạn TRẦN-VĂN-TRẠCH:
Các nhạc phẩm của NGUYỄN-VĂN-ĐÔNG là những tiếng lòng thiết tha thành khẩn làm cho tôi mến Nhà nhạc sỹ đó, tuy son trẻ nhưng nhiều sống thực.

Tango Habanera

Đón giao thừa một phiên gác đêm Chào xuân đến súng xa vang

rền. Xác hoa tàn rơi trên báng súng, ngỡ rằng pháo tung

bay, ngỡ đâu hoa lá rơi. Bấy nhiêu tình là bao nước

sông. Trời thương nhớ cũng vương mây hồng. Trách chi người đem thân giúp

TINH HOA MIỀN NAM ẤN HÀNH
G. P. 274/BTT/BC3/XB NGÀY 20-1-65

VỚI SỰ CỘNG TÁC CỦA MỘT NHÓM
CA NHẠC SỸ THỦ ĐÔ XUẤT BẢN

Ru Em Từng Ngón Xuân Nồng

Trịnh Công Sơn

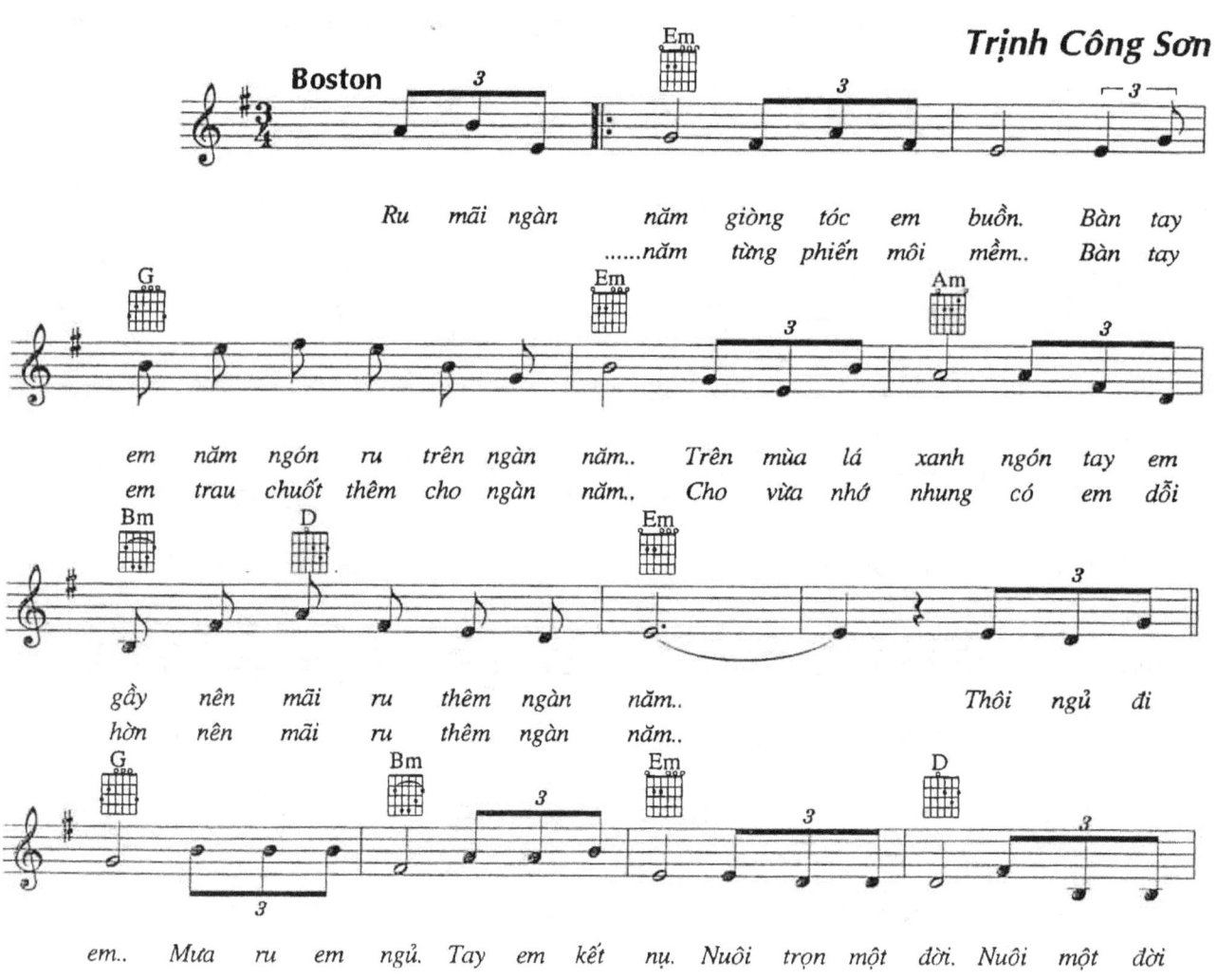

Ru mãi ngàn năm giòng tóc em buồn. Bàn tay
......năm từng phiến môi mềm.. Bàn tay
em năm ngón ru trên ngàn năm.. Trên mùa lá xanh ngón tay em
em trau chuốt thêm cho ngàn năm.. Cho vừa nhớ nhung có em dỗi
gầy nên mãi ru thêm ngàn năm.. Thôi ngủ đi
hờn nên mãi ru thêm ngàn năm..
em.. Mưa ru em ngủ. Tay em kết nụ. Nuôi trọn một đời. Nuôi một đời

Rộn ràng Xuân

Nhạc & Lời: MẶC THẾ NHÂN

Valse

Mùa Xuân đến, xóa đi bao lạnh lùng.
Từ em bé, tuổi xuân xanh mộng vàng.

Mùa Xuân sang ánh hồng lên rực rỡ.
Từ trăng thanh, tuổi già nghiêng bóng xế.

Bầy chim ríu rít dưới ngàn hoa lá xanh.
Hồn dâng phơi phới, đón mùa Xuân mới sang.

1.
Tình hoa, ong bướm, sắc màu giăng khắp lối.
Tình dâng lai láng, đón...

2.
...mùa Xuân mới sang. Có những tiếng cười như là đón chờ.
Có những mối tình như là đang chờ,

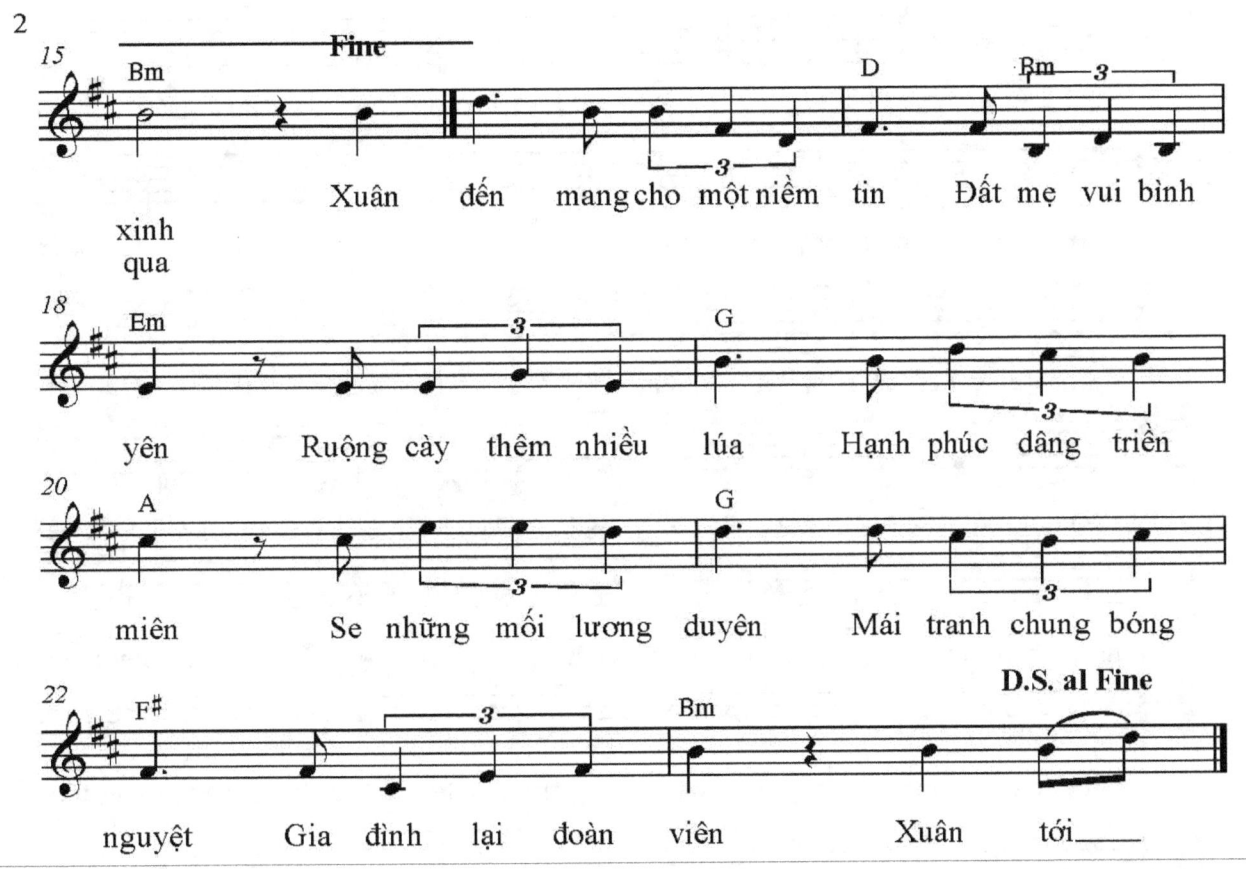

Tâm Sự Ngày Xuân

Bolero
Hoài An

Trong thế gian đang vui mừng đón xuân, Chắc nàng xuân năm nay đẹp bội phần. Ngắm rừng hoa mai đua nở tuyệt trần. Đổi hương thay phấn giữa đêm chờ tin báo xuân. Tôi đón xuân lúc giữa còn chiến chinh. Chúc mừng xuân bên ly rượu hành trình. Chúc người trai đi xây dựng hòa bình. Để cho đất nước vui trọn mùa xuân thắm xinh. Xuân đến ban cho muôn niềm tin, đất mẹ mau bình yên, ruộng cày thêm nhiều luống, hạnh phúc dâng triền miên, se những mối lương duyên, mái tranh chung bóng nguyệt, gia đình lại đoàn viên. Xuân tới đây với muôn ngàn thiết tha chúc trần gian năm nay được thuận hòa, Với một năm xuân vui vẻ đậm đà, Cùng xuân quên hết những chuyện buồn năm đã qua.

Thành phố mùa xuân

Trịnh Công Sơn

Intro...
                                                        Sài - Gòn mùa
                                                        Sài - Gòn mùa

Thì thầm mùa xuân

Nhạc và lời: NGỌC CHÂU

Từng chồi non xanh mơn man Từng hạt mưa long lanh rơi mùa xuân

Và trong ánh mắt lấp lánh Lời yêu thương yêu thương ai ngập ngừng

Mùa xuân đã đến bên em và mùa xuân đã đến bên anh thì thầm.

Tuyển Tập Nhạc XUÂN Chọn Lọc - Trang 175

Tình Khúc Mùa Xuân

Ngô Thụy Miên
Huy Linh

TÌNH TỰ MÙA XUÂN

Nhạc & Lời: TỪ CÔNG PHỤNG
1971

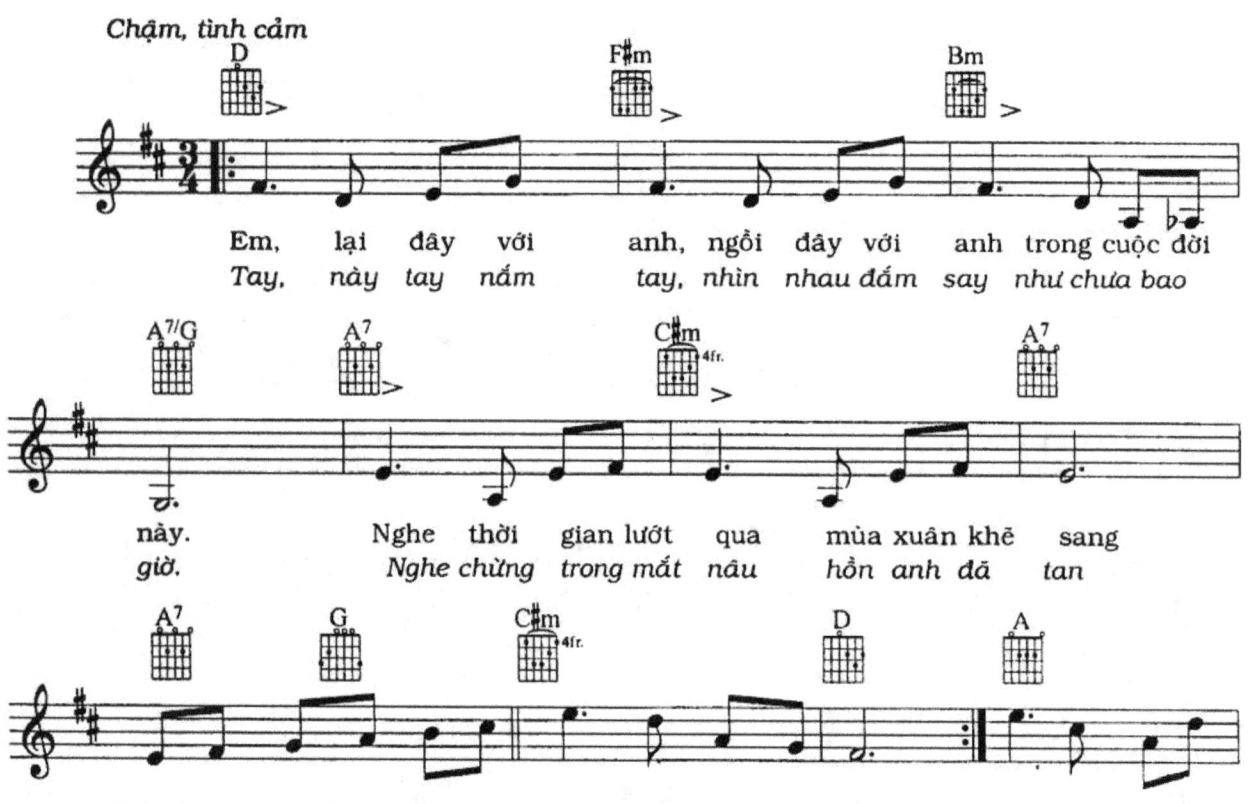

Tình Xuân

Nhạc & Lời: VŨ THÀNH

Tuổi Thơ Đón Xuân

XÁC PHÁO NHÀ AI

* Lê Dinh

Em chúc cho anh tròn hạnh phúc,
Bên người vợ trẻ cưới hôm nay
Còn em, một cánh chim cô độc
Xin trọn đời theo dõi bóng mây.
L. T. P.

Đám cưới nhà ai dậy rồi xác pháo nào rơi cuối trời Người về nhớ mãi không thôi, ngày dài tiếp nối đơn côi, thương thay cho duyên kiếp lẻ loi. Gối chiếc mình ôm phút nầy. Dĩ vãng còn ghi nhớ

Xuân chiến khu

XUÂN HỒNG

Xuân Đã Về

Minh Kỳ

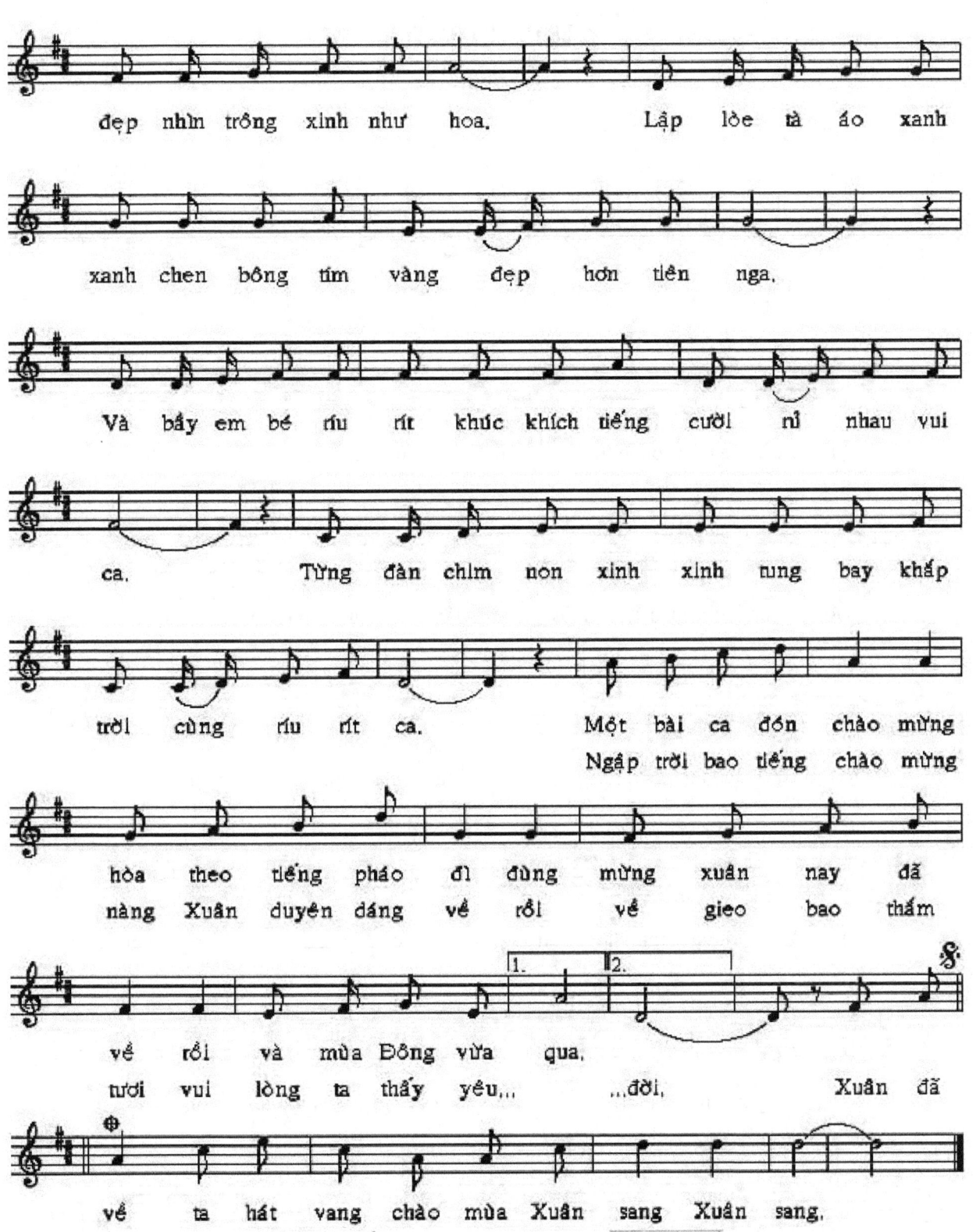

Xuân Hành

Phạm Duy

Xuân Họp Mặt

Văn Phụng

Hoài Linh
XUÂN MUỘN

Xuân nầy anh không về!

Thơ: TẠ NGHI LỄ
Phổ nhạc: BẢO THU

Ballade - Beguine (hoặc Rumba)

Xuân nầy anh không về được Buổi chiều đốt khói buồn bay. Quanh đây núi đồi xa lạ. Tủi lòng anh xót mắt cay. Biết em quê nhà mong đợi. Hiên lòng từng giọt sầu đưa. Vườn xanh thơm nồng hoa cải. Bên hiên dõi bóng mắt chờ. Còn đâu mùa Xuân năm

XUÂN NÀY CON KHÔNG VỀ

TRỊNH LÂM NGÂN

XUÂN THA HƯƠNG

Phạm đình Chương

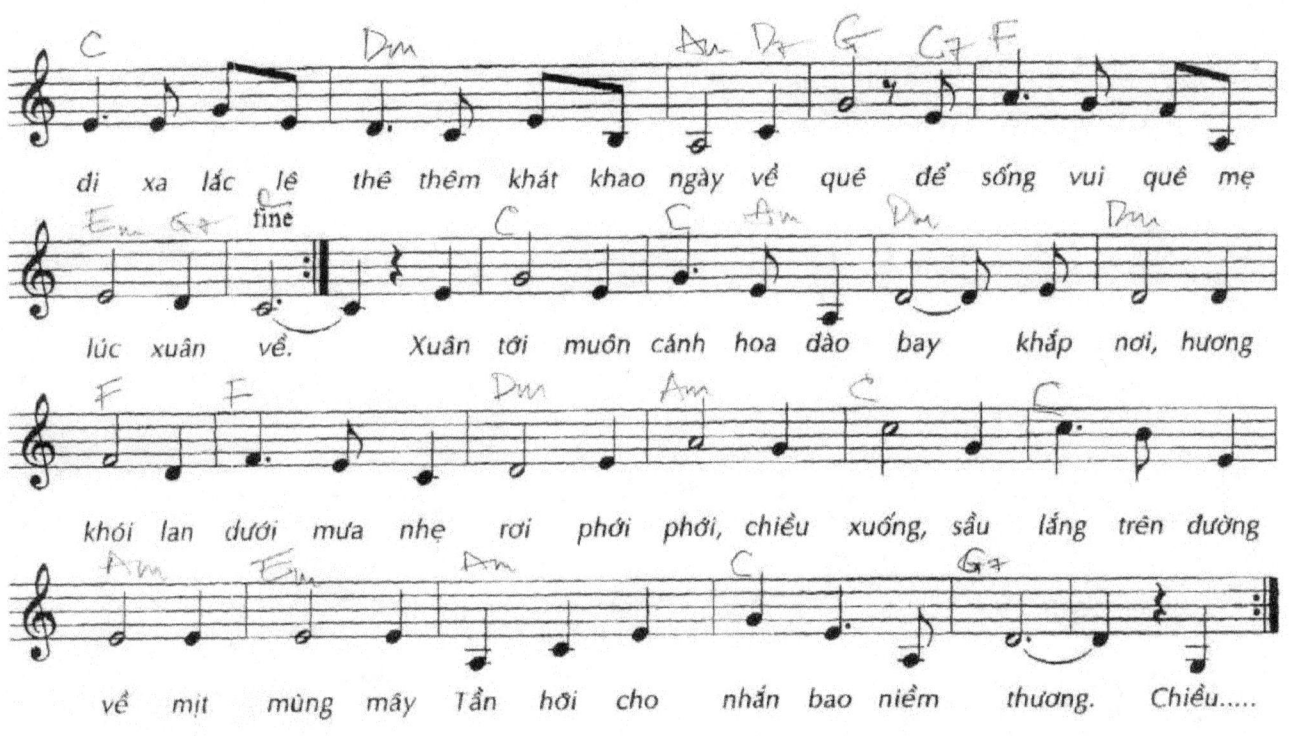

Xuân và tuổi trẻ

LA HỐI - THẾ LỮ

Xuân về
(1945)

Nhạc & Lời: HOÀNG QUÝ

1. Đời ta bao tươi vui như hoa hồng thắm Bao chim đua hót trong mây xuân về trong khóm cây Chim vờn gieo khắp bao lời yêu xuân xuống khắp đó đây Chim xanh ca rằng: Đời ta bao tươi vui như hoa hồng thắm Sao ta không đón xuân tươi đang về trong nắng hương Cùng nhau vui

2. Đời ta bao tươi vui như hoa hồng thắm Ta không nên phút nao quên bao người đang khóc than Trông đời tươi thắm bao lời đau thương âm lên tiếng vang Ta không quên rằng: Đời ta bao tươi vui như hoa hồng thắm Nhưng bên ta có bao nhiêu cuộc đời trong gió sương Cùng nhau vui

Xuân Về

Nhạc và lời:
Thẩm Oánh

Xuân về rồi, muôn đóa hoa đào tươi cười trong nắng ứ... ư... Buông mành tơ liễu soi hồ gương. Vờn màu sắc xuân vừa sang. Ngàn xuân khúc vang lừng ca, chim ghép đôi tung trời bay, và âu yếm bên ngàn hoa, cô gái mơ màng say... Xuân về rồi, muôn đóa hoa đào tươi cười trong nắng ứ... ư... Bên phòng

Yêu em mùa Xuân.
Bùi Công Thuấn

Yêu em yêu em khi mùa xuân về cỏ nội xanh xanh ngõ lúa thơm lành Yêu em yêu em khi mùa xuân sang ngọn nguồn thênh thang trên mái tranh làng Dù nghèo mà vui đường quê hoa nở mặt người xinh tươi gặp nhau hớn hở yêu lắm cuộc đời tha thiết gọi mời tiếng cười trẻ thơ Em về bến nào bến đục bến trong thì lòng vẫn vui dù có xa xôi dù xa xôi mấy lòng vẫn không nguôi tình vẫn đôi mươi Yêu em yêu em bao mùa xuân rồi thuyền tình xa khơi thương nhớ một người Yêu em yêu em tình ở quanh đây trọn niềm thơ ngây trong trái tim này.

www.ingramcontent.com/pod-product-compliance
Lightning Source LLC
Chambersburg PA
CBHW081355070526
44583CB00020B/2561